Happy 6th birthday!

May joy and love always surround you.
— QUYNHDIEM Ng

**Tôm lên năm
Học mẫu giáo
đi đến trường
gặp cô giáo
gặp nhiều bạn
thật là vui**

Tom is five.
He goes to kindergarten.
At school Tom has fun
with teachers and friends.

Xe hơi!
Car!

Oai quá!!
Wow!!

**Một hôm ấy
Tôm nhìn thấy
Có bạn Nam
Rụng răng rồi
Xong cười tươi
Oai lắm thôi!**

One day Tom's friend
Nam loses his two front
teeth at school.
Nam shows them off
with a big grin.
He is now a big kid!

**Đi học về
Tôm chào mẹ
Xong liền hỏi
Bao lâu nữa
đến lượt Tôm
Thay răng sữa?**

As soon as he comes home, Tom gives his mom a big hug and asks, "When will I get my grown up teeth?"

**Cùng chờ nhé!
Let's wait!**

**Mẹ bảo Tôm
Hãy chờ đó
Vài bữa nữa!**

Mom tells him,
"Soon!"

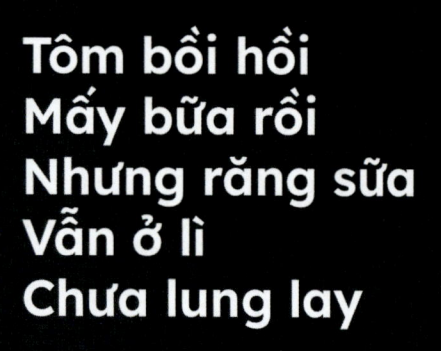

**Tôm bồi hồi
Mấy bữa rồi
Nhưng răng sữa
Vẫn ở lì
Chưa lung lay**

Tom just can't wait!
It has been a few days.
But none of his teeth
are wiggly.

**Tôm mong đợi
Bao lâu nữa
Mới đến lượt
Mình được thay
Cái răng sữa?**

Tom waits and waits
When will it be his turn?
When will his teeth wiggle?

**Ngày này qua
Ngày khác lại
Răng vẫn vậy
Không chịu rơi!**

A day comes and goes.
And then another.
Tom's teeth have not changed.
No tooth is loose.

Mẹ ơi! Mẹ xem nè!
Mommy! Look!

**Rồi một ngày
Đi học về
Tôm chào mẹ
Xong liền mách
Mẹ ơi mẹ
Răng con nè
Đang lung lay!**

Then one day he can finally feel it.
Tom comes home and proudly announces,
"Mom! My teeth are wiggly!"

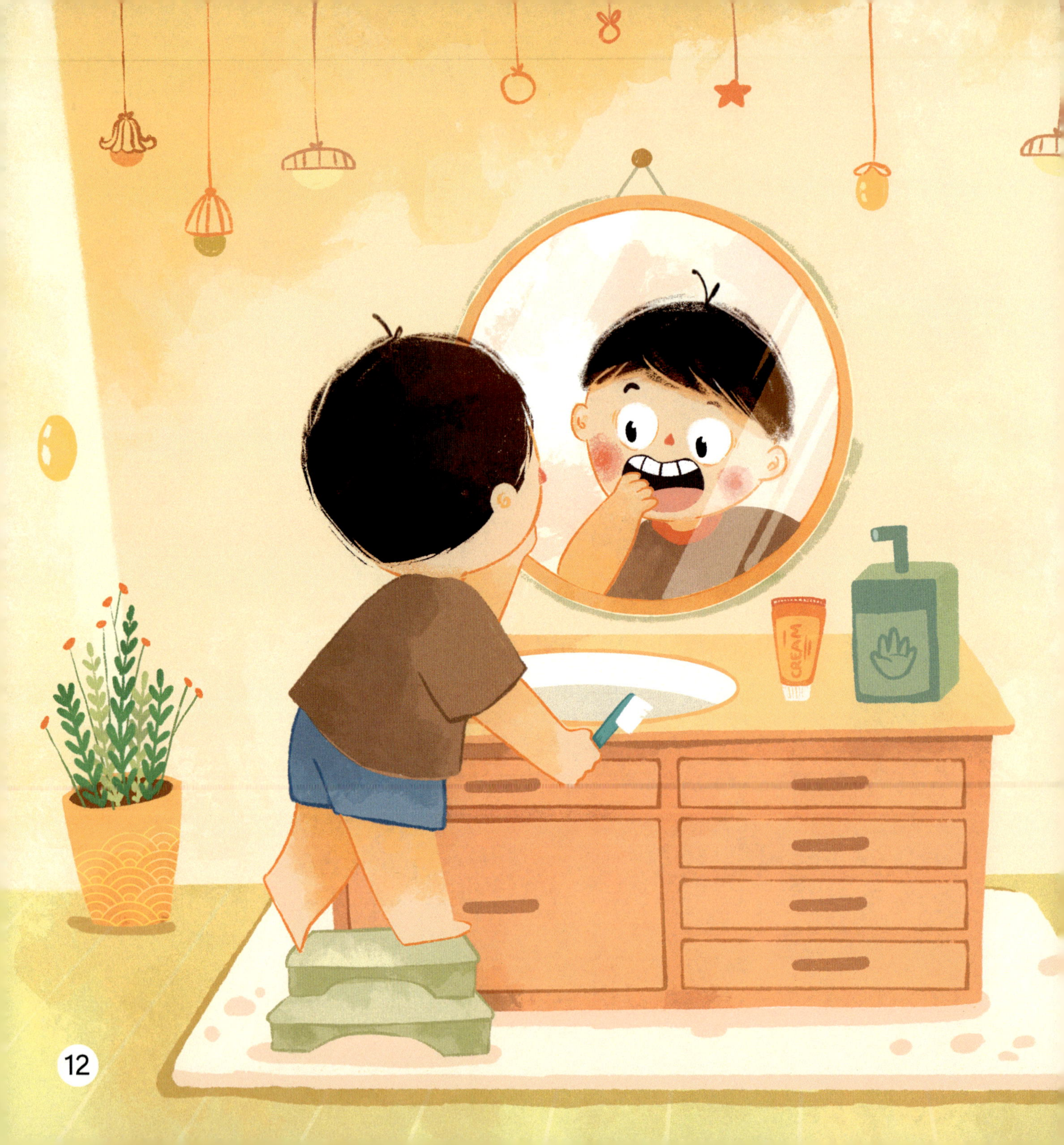
CREAM

**Sắp lên sáu
Sắp rụng răng
Mỗi buổi sáng
Mỗi buổi tối
Chăm chải chuốt
Rồi xem răng
Đã rụng chưa**

Tom will soon turn six.
He can feel it–his baby teeth
are coming loose!
He brushes them in the morning
He brushes them at night.
He wiggles those wobbly teeth.

**Răng sữa ơi!
Mau rụng đi
Cho răng mới
Mọc lên với
Để bằng bạn**

Tom tells his teeth,
"Please hurry and go.
Make space for my
grownup teeth to grow.
So I can be a big kid!"

Răng sữa
Baby teeth

**Ngày này qua
Ngày khác lại
Chờ thêm nữa
Nhưng răng sữa
vẫn ở giữa**

A day has gone by.
And then another.
He waits and waits.
But those wobbly teeth
are staying put.

Ôi!
Oh!

Răng vĩnh viễn
Grown up teeth

Xin chào!
Hello!

**Một đêm nọ
Đang đánh răng
Nhìn trong gương
ôi xem kìa!
Răng vĩnh viễn
Mọc lên rồi
Nhưng răng sữa
Bé tí tẹo
Vẫn ở lì**

One night while brushing Tom notices that his grown up teeth have come in. They're right behind those wobbly baby teeth!

**Ngày này qua
Ngày khác lại
Tôm mong đợi
Một ngày tới
Nàng tiên răng
Sẽ đến đây
Lấy răng rồi
Để quà lại**

Another day comes,
Another day goes.
Tom imagines the tooth fairy
to one day come take his
future fallen teeth
and trade him a gift!

19

Rộp rộp
Munch Munch

**Cạp cạp cạp
Tôm ăn táo
Rộp rộp rộp
Tôm ăn bắp
Rung Rung Rung
Răng lung lay
Sắp chịu rơi!**

Crunch Crunch Crunch
Tom eats an apple
Munch Munch Munch
Tom eats some corn
Wiggle wiggle wiggle
His teeth dance and shake!

**Rồi một tối
Tôm đánh răng
Mẹ đánh răng
Ôi ôi ôi
Bao mong đợi
Rồi đã đến
Răng rụng rồi!**

Then one night it finally happens. Mom helps Tom brush his teeth and his wobbly teeth wiggle. She wiggles them some more. Out of his mouth two teeth fall out. My oh my! Good-bye wiggly teeth!

**Tôm lớn rồi
sắp lên sáu
Vui quá thôi!**

Tom is almost
six years old.
He is a big kid.

Hoan hô
Yeah!

24

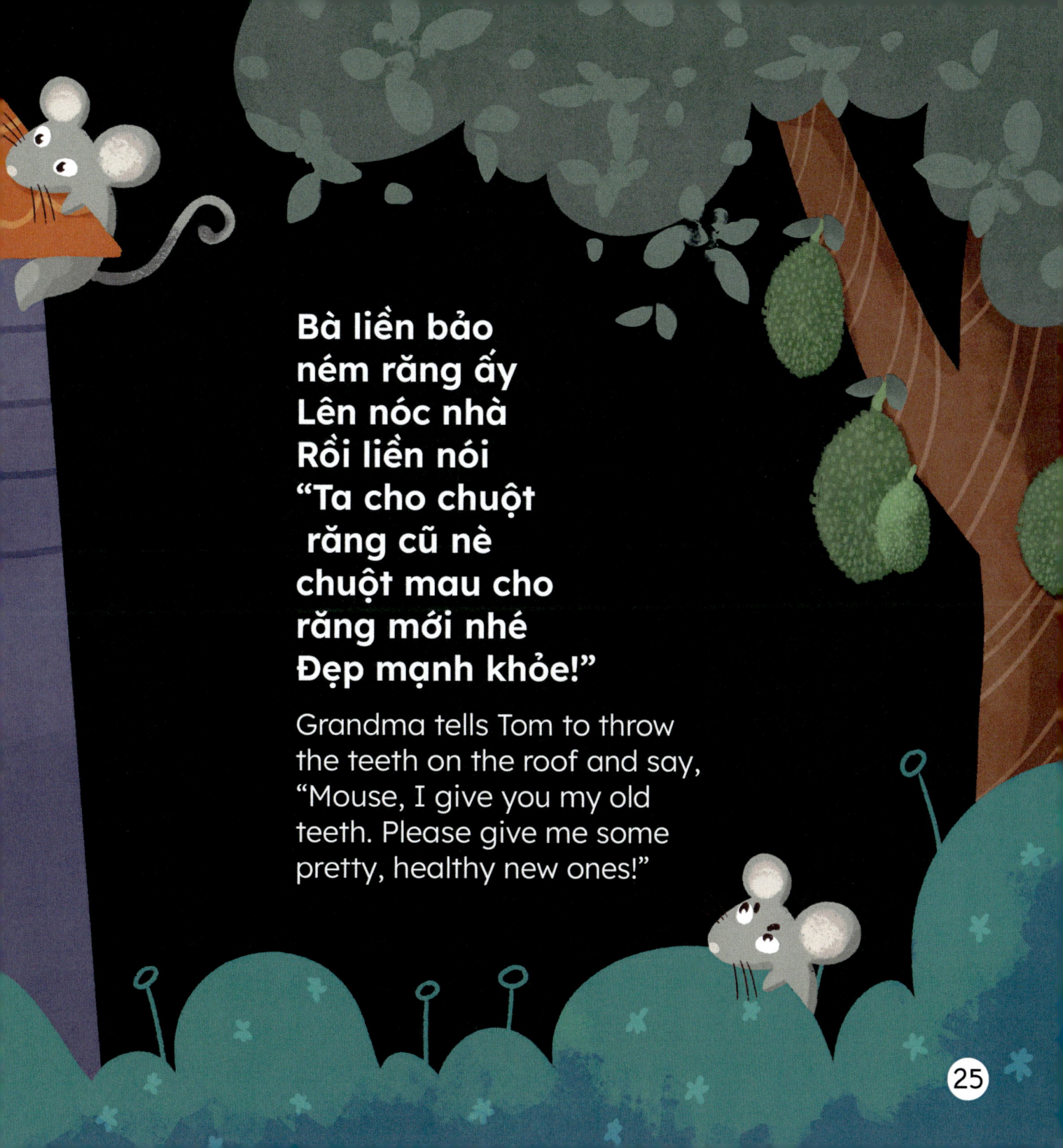

**Bà liền bảo
ném răng ấy
Lên nóc nhà
Rồi liền nói
"Ta cho chuột
 răng cũ nè
chuột mau cho
răng mới nhé
Đẹp mạnh khỏe!"**

Grandma tells Tom to throw the teeth on the roof and say, "Mouse, I give you my old teeth. Please give me some pretty, healthy new ones!"

Tôm liền hỏi "Nhưng bà ơi ném răng ấy Lên cho chuột còn răng nào cho Bà Tiên?"

Tom asks, "But grandma, if I give these teeth to the mouse, there will be none left for the tooth fairy!"

**Bà liền bảo,
Để lần sau
Vẫn còn răng
Để rụng mà.**

Grandma explains, "There's always next time! You've got plenty of baby teeth left!"

**Răng mới lên
Tôm đánh răng
Mỗi buổi sáng
Mẹ đánh răng
Mỗi buổi tối**

Tom's grown up teeth are here. He brushes them every morning, while Mom helps him brush them every night.

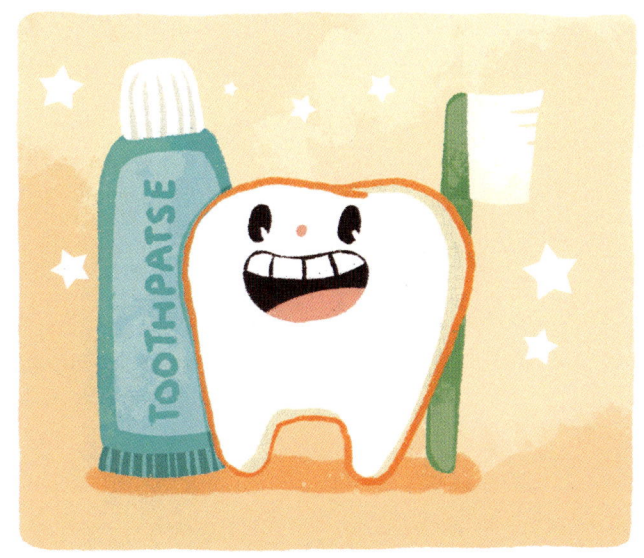

**Ít ăn kẹo
ít uống ngọt
Đó là mẹo
Làm sạch răng
Để giữ răng
Mạnh cả đời**

He follows these rules:
Eat less candy
Limit sweet drinks
That is the trick
To keep teeth clean
and healthy
For an entire lifetime.

Răng cá mập
Shark teeth

**Bạn có biết rằng con người cũng có thể có RĂNG CÁ MẬP?
Điều này xảy ra khi răng lớn mọc trước nhưng răng sữa chưa rụng, hình thành hai hàng răng.**

Did you know that humans can have "SHARK TEETH"? This happens when grown up teeth come in before baby teeth fall off, forming two rows.

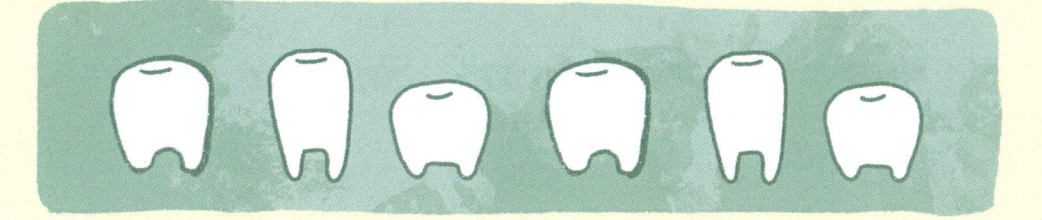

Nên làm gì nếu có RĂNG CÁ MẬP?

Hãy nhờ người lớn xem răng sữa tương ứng có bị lung lay hay không.

Nếu răng sữa bị lung lay, bạn có thể tự lay cho đến khi răng sữa rụng.

Nhưng nếu trong một vài tuần, răng sữa không bị lung lay và khiến bạn khó chịu, hãy nhờ người lớn dẫn bạn đến gặp nha sĩ!

What do you do if you have "SHARK TEETH"?
Have an adult check to see if the corresponding baby teeth are loose.

If it's loose, you can wiggle the baby tooth until it falls out.

But if in a few weeks the tooth is not loose and it bothers you, ask your grownup to take you to see a dentist!

For Bo- Happy 6th birthday! We love you very much!
Tặng Bô-chúc mừng sinh nhật lần thứ 6.
Thương con nhiều lắm!
-L.A.D

Copyright © 2022 by L.A. Dinh

All rights reserved. No part of this publication may be used or reproduced by any means reproduced, distributed, or transmitted in any form or by any means without written permission of the author except in the case of brief quotations in reviews or articles. For information, write to botoandbooks@gmail.com.

Made in the USA
Las Vegas, NV
01 April 2025